เว๊ลาที่เฟออออเฟค - บ๊อบคิดจะครองโลก

A Purrrfect Time (Thai Translation)

A Cat With the Personality of a Human.
You will Be Shocked and Surprised!

Written by Sam Miller

The Purrrfect Time was written originally in English
and translated into the following languages:
Thai, Vietnamese, Tagalog, German, Spanish, Portuguese,
Mandarin, Bengali, French, Hindi, Russian, Punjabi.

Copyright © 2022 by Samuel Miller

All rights reserved. No part of this publication may be reproduced, stored in a retrieval system, or transmitted, in any form or by any means, electronic, mechanical, photocopying, recording, or otherwise, without the written prior permission of the publisher.

ISBN 9781777549084

Book design by Hiroki Nakaji

Printed and bound with IngramSpark

Armed Bandit Publishing

ฉันเจอแซมตอนฉันยังเป็นลูกแมวตัวเล็กๆ ตอนนั้นเขายังมีแขนทั้งสองข้างอยู่ ชีวิตของแซมมันยังง่ายกว่าตอนนี้เยอะ แต่วันหนึ่งแซมได้เสียแขนข้างหนึ่งไปโดยอุบัติเหตุ แต่เขาก็ไม่เคยสูญเสียรอยยิ้มนะ เรื่องนี้คอยย้ำเตือนให้เรามุ่งมั่นกับสิ่งที่ทำให้เรามีความสุขและอย่ายอมแพ้ มากับฉัน ฉันจะพาไปย้อนดูชีวิตของฉัน

ฉันชื่อบ๊อบ (แมวเพศเมีย) และฉันจะเล่าเรื่อง

ฉันชอบมายืดเส้นยืดสายที่นี่
บางครั้งก็มีแมลงบินว่อนเลย
ฉันชอบไล่จับมันนะ!

ฉันได้ยินเขาพูดโทรศัพท์กับเพื่อนเมื่อวันก่อน

" บางครั้งตอนที่ผมกำลังคุยกับใครสักคน ผมไม่ได้ฟังเขาพูด เพราะว่าผมกำลังจะคิดเรื่องที่ผมกำลังจะพูด คนเราต้องการให้คนอื่นได้ยินและรู้ว่ามีคนกำลังฟัง ผมเพิ่งตระหนักว่ามันเป็นสิ่งสำคัญมากที่จะตั้งใจฟังในสิ่งที่คนกำลังพูดกับคุณและเขาก็จะสนใจฟังในสิ่งที่คุณพูดเหมือนกัน"

"เราจะรู้ว่าเราเป็นคนอย่างไร ดูได้จากคนที่เราใช้ชีวิตด้วยมากที่สุดและผมก็ต้องมั่นใจด้วยว่าผมได้ใช้เวลากับคนที่น่าเชื่อถือ, น่าเคารพและกับเพื่อนๆ ที่ทำให้ผมสนุกเพลิดเพลิน"

"เมื่อหลายๆ สิ่งที่ยากลำบากจู่โจมเข้ามา ผมก็เริ่มต่อสู้และเผชิญหน้ากับความท้าทาย นั้นคือตอนที่ผมได้ค้นพบตัวตนจริงๆ หลายอย่างของตัวเองและเพื่อนๆ ผมได้เรียนรู้ที่จะดิ้นรนต่อสู้กับความล้มเหลวและการขอความช่วยเหลือเมื่อจำเป็น"

ฉันเดาว่า แซมพูดถูก นั่นเป็นเหตุผลว่าทำไมฉันกับเขาถึงเป็นเพื่อนที่ดีต่อกัน

คุณเจอ 🐈 ในทุกๆ รูป บนหน้าหนังสือไหม?

แซม

หนังสือเล่มนี้เริ่มจากการเป็นงานอดิเรกของผม มันเป็นวิธีเบี่ยงเบนจากปัญหาที่ผมได้เจอในชีวิต มันกลายเป็นการบำบัดที่ผมจำเป็นต้องทำ มันได้สอนผมหลายๆอย่างในชีวิต ทั้งวิธีที่เผชิญหน้ากับสิ่งที่ท้าทายและจัดการกับสถานการณ์ที่ยากลำบาก

เป็นเวลานานที่ผมเคยคิดว่าผมรู้ทุกอย่างเกี่ยวกับตัวผมและสิ่งสำคัญในชีวิต แต่ผมคิดผิดมากมาก เมื่อผมได้เจอกับความท้าทายใหม่ที่จะต้องเอาชนะมัน ผมเริ่มตระหนักได้ว่าอะไรที่เป็นสิ่งสำคัญของผม จากนั้นผมก็ได้ตัดสินใจและเรียนรู้ที่จะอยู่กับสิ่งที่ทำให้ผมมีความสุข มันไม่ได้น่าอายที่จะล้มเหลวและเริ่มต้นใหม่ มันเกือบจะเป็นสิ่งที่กำหนดเอาไว้แล้วว่าคนเราจะได้ในสิ่งที่ต้องการและคุณต้องเข้มแข็งเข้าไว้!

ระบายสี

www.ingramcontent.com/pod-product-compliance
Lightning Source LLC
Chambersburg PA
CBHW042032100526
44587CB00029B/4385